MW01356127

Deployment Journal

Army Edition

Nura Publishing

Deployment Journal

Army Edition

This journal belongs to:

_____

© 2019 Nura Publishing

All rights reserved. No portion of this book may be reproduced, stored in a retrieval system, or transmitted in any form or by any means — electronic, mechanical, photocopy, recording, scanning, or other — except for brief quotations in critical reviews or articles, without the prior written permission of the publisher.

Printed in the United States of America

ISBN: 978-1-63540-000-7

JOURNAL

DATE   /   / 20

DATE _____ / _____ / 20 _____

Deployment Journal: Army Edition

DATE _____ / _____ / 20 _____

DATE ____ / ____ / 20_____

DATE _____ / _____ / 20 _____

DATE   /   / 20

Deployment Journal: Army Edition

DATE _____ / _____ / 20 _____

DATE   /   / 20 _____

DATE _____ / _____ / 20 _____

DATE ____ / ____ / 20 _____

DATE ___ / ___ / 20 _____

DATE ___ / ___ / 20 _____

DATE ____ / ____ / 20 _____

DATE   /   / 20 _____

DATE   /   / 20

DATE _____ / _____ / 20 _____

DATE ___ / ___ / 20 ___

DATE _____ / _____ / 20 _____

DATE _____ / _____ / 20 _____

Deployment Journal: Army Edition

DATE _____ / _____ / 20 _____

DATE _____ / _____ / 20 _____

DATE _____ / _____ / 20_____

Deployment Journal: Army Edition

DATE ___ / ___ / 20 ___

DATE _____ / _____ / 20 _____

DATE   /   / 20

DATE _____ / _____ / 20_____

Deployment Journal: Army Edition

DATE   /   / 20

DATE _____ / _____ / 20 _____

Deployment Journal: Army Edition

DATE _____ / _____ / 20 _____

DATE   /   / 20

DATE _____ / _____ / 20 _____

DATE   /   / 20

DATE   /   / 20

DATE   /   / 20 _____

Deployment Journal: Army Edition

DATE   /   / 20

DATE   /   / 20

DATE _____ / _____ / 20 _____

DATE ___ / ___ / 20___

Deployment Journal: Army Edition

DATE _____ / _____ / 20 _____

DATE _____ / _____ / 20 _____

Deployment Journal: Army Edition

DATE _____ / _____ / 20 _____

DATE   /   / 20

DATE _____ / _____ / 20 _____

DATE _____ / _____ / 20 _____

DATE   /   / 20

DATE _____ / _____ / 20 _____

DATE   /   / 20

DATE   /   / 20 ____

DATE   /   / 20

DATE _____ / _____ / 20 _____

DATE _____ / _____ / 20 _____

Deployment Journal: Army Edition

DATE   /   / 20

DATE _____ / _____ / 20 _____

DATE _____ / _____ / 20 _____

DATE ____ / ____ / 20 ____

DATE ____ / ____ / 20 _____

DATE ____ / ____ / 20 _____

DATE   /   / 20

Deployment Journal: Army Edition

DATE _____ / _____ / 20 _____

DATE   /   / 20

DATE _____ / _____ / 20 _____

DATE _____ / _____ / 20 _____

DATE _____ / _____ / 20 _____

DATE _____ / _____ / 20 _____

Deployment Journal: Army Edition

DATE   /   / 20

DATE   /   / 20

Deployment Journal: Army Edition

DATE _____ / _____ / 20 _____

DATE ___ / ___ / 20 _____

DATE _____ / _____ / 20 _____

DATE / / 20

Deployment Journal: Army Edition

DATE _____ / _____ / 20 _____

DATE ___/___/ 20___

Deployment Journal: Army Edition

DATE _____ / _____ / 20 _____

DATE _____ / _____ / 20 _____

DATE _____ / _____ / 20 _____

DATE ____ / ____ / 20 _____

Deployment Journal: Army Edition

DATE _____ / _____ / 20 _____

DATE   /   / 20

DATE _____ / _____ / 20 _____

DATE _____ / _____ / 20 _____

DATE   /   / 20

DATE _____ / _____ / 20 _____

Deployment Journal: Army Edition

DATE   /   / 20

DATE _____ / _____ / 20 _____

DATE _____ / _____ / 20 _____

DATE   /   / 20

DATE   /   / 20

DATE   /   / 20

DATE ___/___ /20___

DATE _____ / _____ / 20 _____

DATE ___/___/ 20___

DATE   /   / 20

DATE _____ / _____ / 20 _____

DATE _____ / _____ / 20 _____

DATE _____ / _____ / 20 _____

DATE   /   / 20

DATE _____ / _____ / 20 _____

DATE _____ / _____ / 20 _____

DATE _____ / _____ / 20 _____

DATE ____ / ____ / 20 _____

DATE ___ / ___ / 20 ___

DATE   /   / 20

DATE   /   / 20

DATE   /   / 20 _____

Deployment Journal: Army Edition

DATE   /   / 20

DATE   /   / 20

DATE _____ / _____ / 20 _____

DATE   /   / 20

DATE _____ / _____ / 20 _____

DATE _____ / _____ / 20 _____

DATE   /   / 20

DATE _____ / _____ / 20 _____

DATE _____ / _____ / 20 _____

DATE   /   / 20

DATE _____ / _____ / 20 _____

DATE   /   / 20

DATE ___ / ___ / 20 ___

DATE _____ / _____ / 20 _____

DATE   /   / 20

DATE   /   / 20

DATE _____ / _____ / 20 _____

DATE ___ / ___ / 20 _____

DATE _____ / _____ / 20 _____

DATE _____ / _____ / 20 _____

Deployment Journal: Army Edition

DATE   /   / 20

DATE ____ / ____ / 20 _____

DATE _____ / _____ / 20 _____

DATE   /   / 20

DATE   /   / 20

DATE   /   / 20

DATE _____ / _____ / 20 _____

DATE ___ / ___ / 20 ___

DATE _____ / _____ / 20 _____

Deployment Journal: Army Edition

DATE / / 20

DATE ___ / ___ / 20 ___

DATE   /   / 20

DATE _____ / _____ / 20 _____

DATE ___ / ___ / 20 _____

DATE   /   / 20

DATE _____ / _____ / 20 _____

DATE _____ / _____ / 20 _____

DATE _____ / _____ / 20 _____

DATE ___/___ / 20_____

DATE ___ / ___ / 20 ___

DATE   /   / 20 _____

DATE   /   / 20

DATE   /   / 20

DATE _____ / _____ / 20 _____

DATE _____ / _____ / 20 _____

DATE   /   / 20 _____

Deployment Journal: Army Edition

DATE   /   / 20

DATE   /   / 20

DATE ___ / ___ / 20 _____

Deployment Journal: Army Edition

DATE   /   / 20

Deployment Journal: Army Edition

DATE _____ / _____ / 20 _____

DATE ____ / ____ / 20 ____

Deployment Journal: Army Edition

DATE _____ / _____ / 20 _____

DATE _____ / _____ / 20 _____

Deployment Journal: Army Edition

DATE _____ / _____ / 20 _____

DATE ___ / ___ / 20 ___

Deployment Journal: Army Edition

DATE _____ / _____ / 20 _____

DATE   /   / 20

DATE _____ / _____ / 20 _____

DATE   /   / 20

DATE ___ / ___ / 20 _____

DATE _____ / _____ / 20 _____

DATE _____ / _____ / 20 _____

DATE   /   / 20

Deployment Journal: Army Edition

DATE _____ / _____ / 20 _____

DATE _____/_____/ 20_____

DATE ___ / ___ / 20 _____

DATE   /   / 20

Deployment Journal: Army Edition

DATE _____ / _____ / 20 _____

DATE _____ / _____ / 20 _____

DATE ____ / ____ / 20 _____

DATE   /   / 20

Deployment Journal: Army Edition

DATE _____ / _____ / 20 _____

DATE ___/___/ 20_____

DATE   /   / 20

DATE _____ / _____ / 20 _____

Deployment Journal: Army Edition

DATE _____ / _____ / 20 _____

DATE _____ / _____ / 20 _____

DATE ___ / ___ / 20 _____

DATE _____ / _____ / 20 _____

Deployment Journal: Army Edition

DATE ___ / ___ / 20 ___

Deployment Journal: Army Edition

DATE _____ / _____ / 20 _____

DATE _____ / _____ / 20 _____

DATE   /   / 20 _____

DATE   /   / 20

Deployment Journal: Army Edition

DATE   /   / 20 _____

DATE ____ / ____ / 20 ____

DATE   /   / 20

DATE ___ / ___ / 20 ___

DATE _____ / _____ / 20 _____

DATE _____ / _____ / 20 _____

DATE   /   / 20

DATE _____ / _____ / 20 _____

DATE ____ / ____ / 20 ____

Deployment Journal: Army Edition

DATE   /   / 20

Made in the USA
Middletown, DE
13 July 2024

57225031R00124